AF904295

CA KHÚC
BÌNH NHIÊU LỘC

Bình Nhiêu Lộc

CA KHÚC
BÌNH NHIÊU LỘC

Nhân Ảnh
2020

CA KHÚC
BÌNH NHIÊU LỘC

Nhạc: **Bình Nhiêu Lộc**
Bìa: **Nguyễn Thành**
Trình Bày: **Lê Hân**

Nhân Ảnh Xuất Bản **2020**
ISBN: **978-1989705315**
Copyright © 2020 by BinhNhieuLoc

Mục Lục

Giữ Biên Cương	8
Góp Một Bàn Tay	10
Hãy Câm Miệng Ngay	11
Huệ Ơi	12
Tình Kiếp Sau	13
Tôi Khát	14
Vọng Vang Oai Linh	15
Trời Đã Sáng	16
Dòng Sông Êm Đềm	18
Trên Đỉnh Tháp Ngà	20
Quả Tim Hóa Ngọc	22
Việt Nam Rạng Ngời	24
Anh Với Tôi	26
Cùng Nắm Tay	28
Đất Nước Mình	30
Dân Muốn Cá Sống	32
Gốc – Cành – Lá	34

Giữ Biên Cương

Từ & Nhạc: Bình Nhiêu Lộc

G
Bm7
1. Một ngày đầu xuân xa xôi biên giới phía Bắc, Loài hắc
2. Từngđoànhùng binh xông pha muôn lối chiếntuyến, Thề chiến
4
Em7
Am
D
ám kéo nhau vào nước Nam. Giặc tràn vào quê hương ta như
đấu quét đi loài dã man. Trùngtrùng ngàn dân hiên ngang ra
7
D7
G/D
D7
1.
đám ác thú, Nướng dân đen chếttrên ngọn lửa hung tàn. (2. Từngđoànhùng)
sức cứu quốc, Quyết không ...
10
2.
G/D
D7
G
... tha đám quân nghiệt súc tham tàn. Non sông gấm

12
G
D7
hoa Biển đảo bao la Cớ
Thuộc về Việt Nam ! Thuộc về Việt Nam !
14
G
D7
G
sao bây lại sang xâm lấn ? Non sông gấm hoa Biển đảo bao
Sao bây lại sang xâm lăng ? Thuộc về Việt Nam !
17
D7
G
D7
G
la Chúng bây sẽ bị đánh tơi bời ! 3. Từ ngàn đời
Thuộc về Việt Nam ! Chúng bây sẽ bị đánh tơi bời !
20
G
Bm7
Em7
xưa quân Nam cương quyết Sát Thát ! Dòng máu nóng chống quân Tàu dã
23
Am
D
D7
tâm. Từ ngàn đời nay quân Nam chinh chiến bất khuất, Giữ biên
26
G/D
D7
G
Fine
cương đánh cho giặc cướp tan tành !

Góp Một Bàn Tay

Bình Nhiêulộc

C G
Trên toàn thế giới dân Việt Nam góp một bàn tay Gieo mầm Tự
Phong trào đoàn kết dân Việt Nam sức tràn đôi vai Con đường Tự
F6 C Am Em
Do cho Việt Nam đất mẹ hôm nay Bao lớp anh tài Liên kết trong ngoài Nên một vành
Do đang chờ muôn tấm lòng nhân ái Dan Chủ Nhân Quyền Trên khắp Ba Miền Giang rộng vòng
1. F D7 G7 2. F G7 C
đai bao vây ác ma độc tài. (Phong trào đoàn) ... tay kết nối mọi miền đất thiêng. Anh
...
G Dm7 G C Dm
em không đấu tranh mệt nhoài Anh em không dấn thân lạc loài Vì chúng ta luôn bên nhau Dù khó
Am G G7 C
khăn không quên nhau Đồng tâm ta cùng nhau đi tới ! Ta là con cháu Hai Bà Trưng chống thù phương
G F6 C Am
Bắc Ta là con cháu Hưng Đạo Vương đánh giặc tan tác Con cháu Lạc Hồng Cương quyết một
Em F G7 C Fine
lòng Góp một bàn tay quyết chí phục hồi núi sông !

Hãy Câm Miệng Ngay

Từ & Nhạc: Bình Nhiêulộc

G
C
1. Nào hãy câm miệng ngay
Tử thần đang đến đây
2. Mùa nắng hay mùa mưa
Nước tràn con phố xưa
3. Nào hãy im bặt môi
Cõi lòng đau ít thôi
5
F
G
Theo chủ trương độc tài
Làm nên lưới giăng trùng vây.
Xua lính đi đập Chùa
Làm tan nát nơi thần thiêng.
Chôn nỗi oan ngược vào
Mặc cho ác nhân cuộn trôi.
9
C
Này trẻ con đừng khóc
Người già cũng chớ than
Này lão sư đừng khóc
Nhà thờ cũng chớ than
Này hết đêm thì sáng
Tù đày cũng sẽ qua
12
Dm7
G7
C
Nước mắt là vô ích
Đừng kêu oan ai thấu cho !
Thánh giá nào cao quá
Đập tan hoang trên đất linh !
Áp bức và tra tấn
Lòng trung kiên không ngã sa !
17
Dm
B♭
G7
C
ĐK: Đường này đi đến Chí Hòa !
Đường này đi đến Hỏa Lò !
Không
21
Am
F6
Dm7
G7
C
có con đường quay lui và không có nơi nào an vui.
Hết thời !

Huệ Ơi

Từ & Nhạc: Bình Nhiêu Lộc

♩ = 60
C G
1. Huệ ơi, bao năm ta chưa được về thăm miền núi Ngự - sông
2. Huệ ơi, tim anh chưa phai kỷ niệm em từng đưa tiễn anh
Em F G7
Hương. Nơi đây có em gái nhỏ mà năm xưa núp nắng dưới bóng của anh. (2. Huệ
đi. Đi xa đường xa vạn …
F C C
dặm đã mang theo ân tình người yêu, dấu yêu ! Cố đô - kinh thành xưa vẫn oai
Em Am7 Dm
linh Quốc hồn xưa vẫn trang nghiêm Ai nghèo nhưng vẫn thanh liêm ! Cố
G Dm7 G7 C/G G7 C
đô - bao đời nay vẫn trung trinh Tối về đèn sáng trên sông Ai hò dội tiếng mênh mông !
C6 Bm7♭5 Em Am7
3. Một hôm, mây đen phương xa dồn về đổ dồn tai vạ cho dân Ma trơi bay đầy muôn
Fm6 C To Coda G7 C D.S. al Coda G7 C Fine
mộ phần Muôn năm không thể xóa nhòa đớn đau ! (Cố) … nhòa đớn đau !

TÌNH KIẾP SAU

Bình Nhiêulộc

Hôm kia mùa đông đã mang đi mối duyên tình ta
Hôm nay mùa hạ đến cho ta nhớ hôm biệt ly
Bay qua vùng biển giá bao la đến phương trời xa
Chia tay dòng nước mắt dâng lên phía trong bờ mi
Nơi đây còn lại nỗi sầu Thơ ngây của mối tình đầu Người ơi có hay tình yêu đắm
Tâm tư chợt như thẩn thờ Lòng người lạnh lẽo nào ngờ Người quay bước đi mà không nói
say giờ đây nơi đâu ? Hôm qua mùa xuân đến mang theo cánh mai vàng tươi
chi dù là bâng quơ ! Mai đây mùa thu đến cho cây lá khô vàng rơi
Cho ai còn mòn mỏi mong tin mãi xa ngàn khơi Hoa mai dường như nói thầm
Mong sao được nhìn thấy nơi xưa trước khi tàn hơi Nơi ta gặp nhau phút đầu
Phương xa người ấy thay lòng
Khơi lên tình khúc âu sầu
To Coda
Còn chi nữa đâu mà nhớ mong. Người tôi yêu
...
ơi người ra đi nơi đây chợt vắng tênh Lời yêu thương sao chưa kịp
nói lên Để không gian xa xôi cách chia rồi Người tôi yêu ơi Có khi nào mình chợt nhớ
tới nhau Cũng chỉ là một vài phút thoáng mau mối tình câm úa màu.
D.C. al Coda
Coda
... Mộ bia khắc tên tình kiếp sau !
Fine

Tôi Khát

Ý thơ: Cam Hoa Tran

Phổ nhạc: Bình Nhiêu Lộc

♩ = 88
C C7 F
1. Tôi khát, cho dân tôi bốn ngàn năm vẫn khát Cho dân
2. Tôi khát, cho dân tôi rớt vào tay giặc đỏ Cho dân
F♯dim7 G Em7 A7 Dm7
tôi mấy mươi năm cúi đầu Quê cha tương tàn trong máu lửa Quê mẹ cấu
tôi bước đi không lối về Dân oan không nhà ra giữa trời Con mình rách
G F C G F
1. 2.
xé bởi cộng nô Cấu xé từng giờ ! (2. Tôi) ... rưới chốn chợ quê Lang thang chợ
...
C E7 Am Fm6
quê ! Tôi muốn hét thật to cho thấu trời xanh Cho cổ tôi khô gào trong cơn tuyệt
Cm Gm E♭ D7 G7
vọng Tôi khát với cơn đau lệ nhòa đôi mắt Khao khát tự do, khao khát an bình cho anh em
C C C7 F
tôi. 3. Tôi khát, cho gông cùm không còn trên vai người trẻ Em tôi
F♯dim7 G Em7 A7 Dm7
thôi kiếp tôi đòi trâu cày Quê cha không còn trong khốn cùng Quê mẹ thoát
G F C
Fine
hết ách trầm luân Thoát ách trầm luân.

VỌNG VANG OAI LINH

Bình Nhiêulộc

1. Tàu anh lướt trên đầu sóng xanh trùng dương, Nòng đại
2. Thà ! anh chết trên đài chỉ huy lừng danh, Còn hơn
pháo anh chào đón quân ngoại cương. Giờ chiến đấu mang đầy vết
sống nhục nhằn khổ đau cầm canh. Kìa ! khí phách anh hùng ngất
1.
thương trên mình, Liều thân chết vì bảo vệ quê hương.
cao muôn trùng Ngàn năm nước nhà còn ghi ơn ...
2.
... anh. HẢI QUÂN VIỆT NAM, HẢI QUÂN VIỆT NAM, XẢ
THÂN VÌ TỔ QUỐC KIÊU HÙNG. HẢI QUÂN VIỆT NAM, HẢI
Fine
QUÂN VIỆT NAM, CHẾT CHO NỀN CỘNG HÒA MẾN YÊU.
3. Đoàn thủy thủ can trường chết trên biển Đông, Đền nợ
nước không hề tiếc chi tài trai. Lòng biển cả chôn vùi xác
D.S. al Fine
thân anh hùng, Thời gian vẫn còn vọng vang oai linh. (HẢI)

Trời Đã Sáng

The Morning Has Come

Thơ: Ven. Thích Quảng Độ
Nhạc: Bình Nhiêu Lộc

1. Vào một buổi chiều mưa rơi rơi Trời nơi đó buồn thê lương tựa
2. Mình tôi ngắm giọt mưa rơi rơi Từ trên mái nhà đổ xuống lênh
1. On a rain - y ev - ern - ing The pri - sons sky is bleak like
2. Then, I watched the fall - ing rain Pour - ing from the roof - top Over
như tháng tư ba mươi Năm bảy lăm xa xưa qua rồi Lịch
láng chan hòa Trông giống như muôn lệ nhạt nhòa Của
black Apr - il Thir - tieth of a bad year in the past I
flow - ing ev' ry where like a streams of tears Of
1.
2.
sử đóng khung im lìm Nằm bên trong tối tăm hãi hùng.
đám dân đen vô tội Tràn lan khi thế gian đổi ... dời.
was next to the bars of the dark - ness pri - son cell.
in - no - cent peo - ple go - ing through a change of ... life.
Miền Nam ơi ! Miền Nam hỡi ! Miền Nam tối tăm mịt mùng Miền Nam sống trong rợn rùng. Miền Nam
Oh the South ! Oh the South ! This is the South in a cramped and drea - ry cell. Oh the
ơi ! Miền Nam hỡi ! Hãy chỉ dùm tôi nơi nào để tôi thoát cơn hiểm nghèo !
South ! Oh the South ! Please show me so I can hide oh my en - dear - ing South !
Đêm đã xuống rồi và mưa đã ngừng rơi Ngục tối im lìm như một nấm mồ hoang Một miền
The night has come the rain has stopped And si-lent like a de - sert-ed grave In the
cát mênh mông giữa nơi điêu tàn Xung quanh mình còn đây đó bóng ma như chờn vờn.
midst of an im - mense place Of white sand and in-side a burial cham - ber.

Miền Nam ơi ! Miền Nam hỡi ! Miền Nam tối tăm mịt mùng Miền Nam sống trong rợn
Oh the South ! Oh the South ! This is the South in a cramped and drea - ry
rùng. Miền Nam ơi ! Miền Nam hỡi ! Hãy chỉ dùm tôi nơi nào để tôi thoát cơn hiểm
cell. Oh the South ! Oh the South ! Please show me so I can hide oh my en - dear - ing
nghèo ! Gió rít từng cơn Mưa xuống càng thêm lạnh lùng Cơn gió lạnh
South ! The wail - ing winds The pour - ing chil - ly rain The emp -
căm như khiến lòng thêm bồi hồi Đưa mắt nhìn quanh bốn bức tường trơ nhà đá. Đêm
ty and long - ing heart I look a - round four thick and dense walls. The
khuya đã đưa tôi theo thời gian lặng lẽ trôi đi theo định luật vô thường và mơ màng. Tôi
night has lulled me to sleep time qui-et- ly passed fol - low- ing The doc- trine of im-per-man- ence. I
nghe thoáng đâu đây tiếng chim hót véo von và tôi đã thức dậy..
hear some where the birds sing me- lo - di-ous - ly I wake up.
3. Ô ! Thái dương phương trời đông nhô lên dần Bình minh dâng cao muôn
4. Ô ! Thái dương phương trời đông nhô lên dần Mở đầu một trang rực
3. Oh! It seems the morn - ing has come From the east the sun has
4. Oh! It seems the morn - ing has come To be- gin a day of
3.
4.
Fine
ánh sáng chói chan.
...
... rỡ ánh huy hoàng.
bright - ly ris - en.
...
... glo - ri - ous lights.

Dòng Sông Êm Đềm

Bình Nhiêulộc

F E7 Am Dm
Xưa, ta chinh chiến như hùng binh can trường Từng
Ta theo con nước cho thuyền trôi bập bềnh Ngày
5 Dm7 Gm Gm7 C
ngày ta vung kiếm giữ yên biên cương
ngày đưa lữ khách sang sông lênh đênh
9 C7 F B♭
Nay, buông rơi kiếm ta đền ơn cho
Nương theo con sóng ta vượt qua bao
12 A7 Dm Gm
đời Nghề chèo thuyền ta đưa đón bao người
ghềnh Và lòng mình nghe phơi phới trên dòng
15 1. C7sus4 C7 2. C7 F
qua giang đầu. ...sông thật êm đềm.
...

F Dm Gm7 C F
Trăng khuya đang lên cao lững lơ trên lưng trời Ngồi tựa mạn
Dm Gm7 C A7 Dm7
thuyền ta gõ nhịp, ta hát vang Đời tự do ta ung dung như cá
G7 C F/C C7 F Fine
nước chim trời Hồn chơi vơi tin yêu dâng muôn nơi.
F E7 Am Dm Dm7 Gm
Ta reo câu hát trao tình yêu cho đời Dù đời không êm ái như
Gm7 C Gm F B♭ A7
trong thi thơ Ta không lo lắng chi, và không nghi ngờ Mặc người
Dm Gm C7 F D.S. al Fine
đời ai đau đáu cho rằng ta là ngu khờ.

Trên Đỉnh Tháp Ngà

Bình Nhiêulộc

C
Am
Người ơi, nghe đâu đây nhẹ bay tiếng hát
Đời em, sinh nơi đây lầu son gác tía
4
Em
F
Dm
Cho tâm hồn mình chợt xao xuyến mênh
Ai đâu là người chọn nơi chốn khai
7
G
Dm
G
mang. Người ơi, trong thinh không vọng vang âm sắc
sinh? Lầu cao, trong cơn mơ trời cho đôi cánh
10
B♭
1. F
C
G7
Nỗi u sầu da diết đơn côi trầm buồn. (Đời)
Để tung ...
14
2. F
C/G
G7
Cm
...hoành bay khắp không gian yên bình. Như trong cơn

17 Cm Fm
mê em muốnbay đi tìm kiếm anh Như trong cơn
19 B♭ E♭
say tâm trí em quay cuồng bóng anh Anh có hay
21 B♭ A♭
chăng? Contim em - ray rứt trong cơn điênyêuthương Câu hát ru
23 G7 C C
hồn thấm sâu mơ màng. Tình em, như hoa
26 Am Em F
mai nở trongnắng sớm Hoa khoe mình đẹp tựa tia nắng
29 Dm G Dm G
mong manh Tình em, như con nai vàng đangngơ ngác
33 B♭ F C/G G7 C Fine
Bướcchân vào sân lá khô bay xạc xào.
2

Quả Tim Hoá Ngọc

Bình Nhiêulộc

G
D
Này là trái tim còn nguyên với thời gian
Tình trần khó quên còn quanh quất dòng sông
5
Am7
D7
Dù ngày tháng qua tình yêu vẫn mãi không phai
Hồn này vấn vương từ xuân sang đến qua đông
9
Em
F
Là lời nhắn tin tồn tại khắp không gian
Ngày về chốn xưa tìm lại bến thương mong
13
D7
1. D7
3
Gởi đến cho em rằng anh vẫn yêu em hoài.
Hình bóng cố nhân còn ghi khắc mãi trong...
17
2. G
(Tình trần khó) ...lòng. Rồi em xé

D A7 D7
nát tim tôi bằng giòng nước mắt rớt trên môi nàng
G7 C E7
Làm tôi nhức nhối tâm can bằng đôi tay nhấn lướt trên cung
Am D B7 Em
đàn Khúc bi ai như lời thương tiếc duyên bẽ bàng.
G D
Lời nguyền thuỷ chung là giao kết ngàn năm
Am7 D7
Dù đời khổ đau dù giông tố đến hay không!
Em F
Dù thời sướng vui hoặc gặp lúc tang thương
D7 G Fine
Mà lòng chẳng lay thì tim hoá ra ngọc ngà.

Việt Nam Rạng Ngời

Từ & Nhạc: Bình Nhiêulộc

♩ = 108
C
1. Quân Tàu hung hăng xâm lăng trên vùng biển
2. Quân Tàu mưu mô gây ra bao điều dã
3
Em
Am
Đông Quân Tàu đanh đá phá nát trên vùng biên
man Quân Tàu gian ác ức hiếp dân mình quê
5
F
C
giới Và ngày nay chúng tràn vào bờ Thành lập
Bắc Dùng tay sai dối lừa đồng bào Đầu độc
7
G
Dm7
G7
1.
nên những vùng mù mờ Vùng tô giới: For - mo - sa ! (2. Quân Tàu ...)
...
10
G
G7
C
2.
... dân chết dần dần giờ Con đường tơ lụa nhuốc nhơ ! ĐK: Hoàng Sa

C7 F
đó đấng hùng anh Việt Nam rạng ngời ! Trường Sa
D7 G C
đó vẫn còn tanh máu xương tơi bời ! Trong tâm can người Việt nam Xưa nay
F To Coda C/G G7
kiên cường bất khuất Hằng nung nấu truyền thống chống giặc ngoại
C C Em
xâm ! 1. Quân Tàu man di mau đi ra ngoài nước Nam Quân Tàu kinh
Am F C
khiếp cút xéo quê hình chữ "S" Bà Trưng xưa phất ngọn cờ vàng Ngồi lưng
G G7 C D.S. al Coda
voi chiến trận dàn hàng Anh hào muôn đời vẻ vang ! (ĐK: Hoàng Sa)
C/G G7 C Fine
... nấu truyền thống chống giặc ngoại xâm !

Anh với Tôi, We Are One

Melbourne 2006 Opening Ceremony

Lời Việt: Bình Nhiêulộc

Delta Goodrem - Brian McFadden - Guy Chambers

C Em F
Nào anh em Sẻ chia cuộc sống Dù nhiều phong ba. Hãy cố gắng vượt
Here we are Sharing our lives We made it through The good and bad
G7 C Em
qua Thề nguyền đứng vững___ Bằng trọn cả trái tim Thật
times And still we stand___ With hope in our hearts No
F G7 Am
là quý giá Hiến dâng cuộc đời ta Dù đường xa xôi bên nhau.
mat - ter what We will play our part And now we've come so far
F D7 G
Một lần chạm vào ánh sao. Vươn cao rất cao. Tìm tới ánh sao. Hãy đi
One chance to touch a star Go high -er___ And high - er. Find your
Am F C G
tìm trong ta niềm cảm hứng. Tạo dựng chốn mãi mãi trông mong. Với phút
guid - ing in - spi - ra - tion In a place where dream are made With a
Am F C G
giây hôm nay được định sẵn. Không băn khoăn Ta không lo toan ___ Bỏ lại
life - time's pre - pa - ra - tion It's no time to be a - fraid___ Put our
Am Am/G# Am/G Am/F# To Coda
sau lưng ta bao dị biệt. Và ta chiếu như hào quang mặt trời
dif - fer - ence be - hind us While we shine like the sun___
F G7 C
Nhìn về tương lai sáng chói Anh với tôi, WE ARE ONE.
See what we're all become To - geth - er WE ARE ONE.

C
Em
Tận thâm tâm và trọn cuộc sống Bạn
Deep in - side your heart and soul You've
F
G7
đã cố gắng Bước tới thành công. Bằng từng thống
worked so hard To reach your goal With ev - ery
C
Em
F
khổ___ Và bằng từng hơi thở. Bạn đang tiến tới chốn vinh quang chờ
step___ With ev - ery breath You gave it all Till there was nothing
G
Am
F
mong Chờ ngày đăng quang chiến thắng Chờ ngày vươn lên rất cao
left Seek out the strength to win No thoughts of giv - ing in
D7
G
D.S. al Coda
Vươn cao mãi cao Tìm tới ánh sao. (Hãy đi)
Go high - er___ Anh high - er. Find your
Coda
F
G7
C
Fine
Nhìn về tương lai sáng chói Anh với tôi, WE ARE ONE.
See what we're all become To - geth - er WE ARE ONE.

Cùng nắm tay, We Are One

Toronto 2015 Pan Am and Parapan Am Games

Lời Việt: Bình Nhiêulộc

Murray Daigle
Jasmine Denham
Bobby John

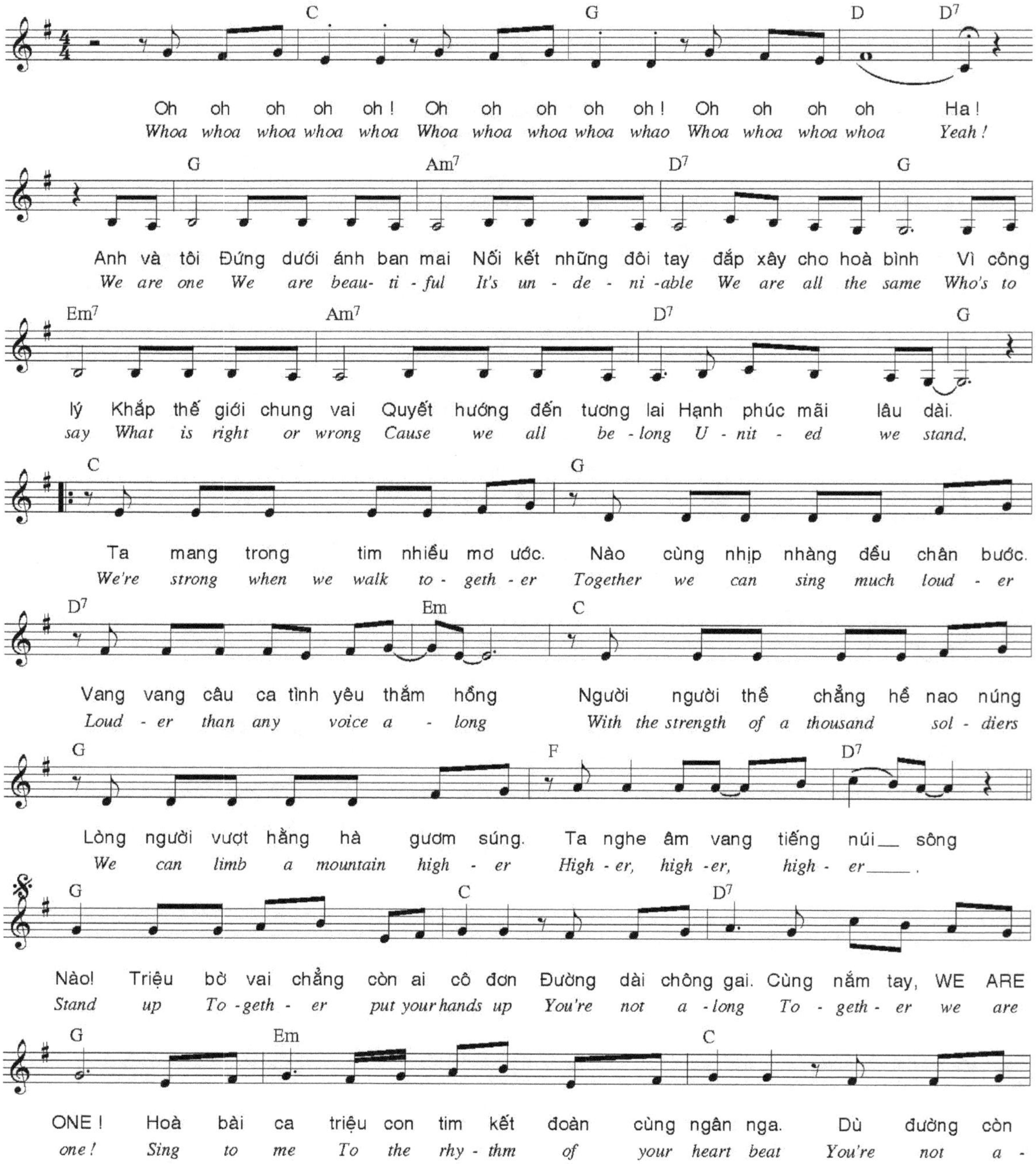

C G D D7
Oh oh oh oh oh ! Oh oh oh oh oh ! Oh oh oh oh Ha !
Whoa whoa whoa whoa whoa Whoa whoa whoa whoa whao Whoa whoa whoa whoa Yeah !
G Am7 D7 G
Anh và tôi Đứng dưới ánh ban mai Nối kết những đôi tay đắp xây cho hoà bình Vì công
We are one We are beau- ti - ful It's un - de - ni -able We are all the same Who's to
Em7 Am7 D7 G
lý Khắp thế giới chung vai Quyết hướng đến tương lai Hạnh phúc mãi lâu dài.
say What is right or wrong Cause we all be - long U - nit - ed we stand.
C G
Ta mang trong tim nhiều mơ ước. Nào cùng nhịp nhàng đều chân bước.
We're strong when we walk to - geth - er Together we can sing much loud - er
D7 Em C
Vang vang câu ca tình yêu thắm hồng Người người thể chẳng hề nao núng
Loud - er than any voice a - long With the strength of a thousand sol - diers
G F D7
Lòng người vượt hằng hà gươm súng. Ta nghe âm vang tiếng núi__ sông
We can limb a mountain high - er High - er, high -er, high - er____.
G C D7
Nào! Triệu bờ vai chẳng còn ai cô đơn Đường dài chông gai. Cùng nắm tay, WE ARE
Stand up To -geth - er put your hands up You're not a - long To - geth - er we are
G Em C
ONE ! Hoà bài ca triệu con tim kết đoàn cùng ngân nga. Dù đường còn
one ! Sing to me To the rhy - thm of your heart beat You're not a -

D7 G C
xa. Cùng nắm tay, WE ARE ONE ! Oh oh oh oh oh ! Oh oh oh
long To - geth - er we are one ! Whoa whoa whoa whoa whoa Whoa whoa whoa
G D9 Em C To Coda
oh oh ! A ha ! Đồng lòng, WE ARE ONE ! Oh oh oh oh oh ! Oh oh oh
whoa whoa Whoa whoa T'geth - er we are one ! Whoa whoa whoa whoa Whoa whoa whoa
G D7 1. C
oh oh ! A ha ! Cùng nắm tay, WE ARE ONE !
whoa whoa Whoa whoa To - geth - er we are one !
G Em7 Am7
Gai chông ta luôn đứng lên hiên ngang, đi lên bước chân thênh
It's true Thre is no ob - stac - le We are un - stop - pab -
D7 G E7
thang Quyền thế ta không hề màng ! Tay ta trong tay, vai sát vai
le No pow - er can i - vide One foot in front of the o -
Am7 D7 G
nhau Ta băng qua hết thương đau Đoàn kết bên nhau dài lâu.
ther Ond hand in an - o - ther The mi - rac - le of one.
2. G S/A
ONE ! Anh và tôi Hãy nắm chắc tay nhau ! Sát vai nhau ! Đồng lòng
one ! We are one We are beau - ti - ful We are strong We are
D.S. al Coda
đi tới ! Anh và tôi Hãy nắm chắc tay nhau ! Sát vai nhau ! Đồng lòng đi tới !
one__. We are one We are beau - ti - ful We are strong We are one__.
Coda G D7 G Fine
oh oh ! A ha ! Cùng nắm tay, WE ARE ONE !
whoa whoa Whoa whoa To - geth - er we are one !

Đất Nước Mình

Ý thơ: Trần Thi Lam
Phổ nhạc: Bình Nhiêulộc

A
3
1. Đất nước mình ngộ quá phải không
2. Đất nước mình lạ quá phải không
3
C♯m
E7
anh ? Bốn ngàn năm tuổi mà dân không chịu
em ? Núi rừng đất tổ ngàn xưa không còn
5
A
A7
lớn Bốn ngàn năm tuổi mà vẫn cứ còn bú
nữa Sông dài biển rộng ngày nay đến giờ hấp
7
D
Bm6
E7
1.
mớm Trước bất công vẫn không biết kêu đòi ! (2. Đất nước...)
...
10
D
E7
A
2.
... hối Những con thuyền nằm phơi mình nhớ sóng khơi xa Đất nước

13 F♯m7 Bm
mình buồn quá phải không anh ? Mạng sống con
15 E7 A F♯m7
người chỉ như cái móng tay ! Đất nước mình buồn quá phải không
18 Bm E7 A Fine
em ? Đứng trước năm châu ta có chi đâu để không cúi đầu ?
21 E A
Di sản mai sau ta để lại gì dành cho con cháu ?
23 B7 E
Em bé sơ sinh đã gánh nợ đời cha ông để lại
25 C♯m7 F♯m6
Ta hỏi trời xanh ! Ta hỏi vòng quanh !
27 B7 E6 E7 D.S. al Fine
Ai trả lời tôi: Đất nước mai này sẽ đi về đâu ? (Đất nước)

Dân Muốn Cá Sống

Caring For a Dead Fish

Poem: Peter A. Crowther
Music by Binh Nhieu Loc

Khi nhà ta không còn chi ăn
Khi biển khơi đang dần khô khan
When the cup - board is bare
When the seas have dried up
Con mèo con không còn chi ăn
Khi mặt đất đang dần hoang vu
And the cat's had the cream
And the land is all desert
Ai nhọc công để chôn một con cá chết ?
Ai nhọc công để chôn một con cá chết ?
Who cares about a dead fish ?
Who cares about a dead fish ?
Khi nhà ta đang thành tro than
Khi vầng dương rơi vào đêm đen
When the house is on fire
When the Sun has gone Nova
Khi đàn chim bay về nơi xa
Khi người ta rơi vào chân không
And the birds have all flown
And we're all blown to bits

F7
Bb
Dân Việt Nam vẫn mơ một con cá sống !
Dân Việt Nam vẫn mơ một con cá sống !
Who cares about a dead fish ?
Who cares about a dead fish ?
Bb
Bb
Khi những người thân đi xa rất xa
Khi khắp trần gian thinh không vắng tênh
When your loved ones have gone
When it's all emp - ty space
Eb
Bb
Tôi ở lại đây trơ vơ một mình
Khi khắp trần gian hư vô hoang tàn
And you're left all a - lone
And there's no - thing at all
1. F7
Bb
Ai sẽ bận tâm vì một con tôm sình ?
...
Who cares about a dead fish ?
...
2. F7
Bb
Fine
... Khi ấy một con tôm ương sẽ trở nên giống như một kho tàng !
... Ev-en a dead fish__ would be worth_ car- ing about.

BÌNH NHIÊU LỘC

GỐC – CÀNH - LÁ

Một số các đoạn thơ trích từ bài viết :

Vu Lan Nhớ Mẹ

của :

THƯỢNG TOẠ
THÍCH NGUYÊN TẠNG

- Bản Giai điệu
- Bản Hợp xướng & bản đệm đàn

VU LAN 2006

Gốc - Cành - Lá

Melody

Bình Nhiêu Lộc

CÓ ÔNG BÀ THÌ MỚI CÓ TA ÔNG BÀ LÀ GỐC MẸ CHA LÀ
1.
CÀNH THÂN TA NHƯ THỂ LÁ XANH GỐC CHĂM BÓN CÀNH CHỞ CHE
Mẹ là cả một trời thương Mẹ là cả thiên đường trần gian Tiếng ru mẹ ấm vô vàn Nuôi con trong
2.
tiếng tơ đàn văn chương. (Có ông..) ...CHE Một đời vốn liếng__ mẹ trao Mẹ cho tất
cả__ mẹ nào giữ riêng ! Mẹ hiền như một bà tiên Mẹ theo con suốt__hành trình__con đi.
Adagio
Nhìn vào đêm tối mông lung Khát__khao Khát__khao tìm lại hình dung mẹ hiền
Một trời thương nhớ xây thành Mây__buồn Mây__buồn Tóc rối giữa vành tang
thương Cánh chim bằng bạc kêu sương Đoá hồng rũ cánh lòng vương vấn sầu !
Tempo 1
Ơn nghĩa sinh thành trời biển bao la Bao ngày bồi đắp dạy con thành người Thấu
ritardando
canh sương gió nắng mưa Cha dạy dỗ Mẹ dưỡng nuôi. CÔNG CHA NGHĨA MẸ THẬT CAO
Fine
DẦY HỠI NGƯỜI TRUNGHIẾU NGÀY NGÀY CHỚ QUÊN ĐỪNG QUÊN.

Gốc - Cành - Lá

Bình Nhiêu Lộc

Nhạc đề
KIM LONG
♪ = 48
C F C/G Em7 Am Dm7 G7
Soprano: CÓ ÔNG
BÀ THÌ MỚI CÓ TA ÔNG BÀ LÀ GỐC MẸ CHA LÀ CÀNH THÂN
A. LÀ CÀNH
A. LÀ CÀNH
A.
C F C Em Am Dm7 G
1.
TA NHƯ THỂ LÁ XANH GỐC CHĂM BÓN CÀNH CHỞ CHE
TA NHƯ THỂ LÁ XANH NHỜ CHĂM BÓN VỚI NHỜ CHỞ CHE
TA NHƯ THỂ LÁ XANH NHỜ CHĂM BÓN VỚI NHỜ CHỞ CHE
TA NHƯ THỂ LÁ XANH NHỜ CHĂM BÓN VÀ NHỜ CHỞ CHE
Am7 F6/A Dm6 G6/B F/A G7 C

Mẹ là cả một trời thương Mẹ là cả thiên đường trần gian Tiếng
Mẹ một trời thương Cả thế giới dương gian
Mẹ một trời thương Cả thế giới dương gian
Cả một trời thương Cả thế giới trần gian
Am
Dm6
F
F#dim7
G

ru mẹ ấm vô vàn Nuôi con trong tiếng tơ đàn văn chương. (Có ông..)
Tiếng ru mẹ ấm vô vàn tơ đàn văn chương.
Tiếng ru vô vàn dịu êm tơ đàn văn chương.
Tiếng ru vô vàn ngàn chương.
Am
Dm7
G
Bm7(b5)/D
G
G7
C

2.
CHE Một đời vốn liếng___ mẹ trao Mẹ cho tất cả___ mẹ nào giữ
CHE Đời của mẹ trao Tất cả mẹ nào
CHE Đời của mẹ trao Tất cả mẹ nào giữ
CHE Đời của mẹ trao Tất cả mẹ nào
C Am Dm6/A Am/C Dm7
riêng ! Mẹ hiền nhưmột bà tiên Mẹtheo con suốt_hành trình_con đi.
đâugiữ riêng ! Hiền Tiên theo suốt con đi.
riêng ! Hiền Tiên theo suốt con đi.
đâugiữ riêng ! Hiền Tiên theo suốt hành trình đi.
E7sus4 E7 Am/E Dm6 G7 C
C7 Fm7 D♭ Cdim7 G7
INTERLUDE

Adagio
Solo: Nhìn vào đêm tối mông lung Khát khao Khát khao
Ôi ! Khát
Ôi ! Khát
Ôi ! Tối mông lung Khát khao
Ôi Tối mông lung Khát khao Hình
♪ = 40
Cm Ab Cm7 Fm(add2) Eb sus2
tìm lại hình dung mẹ hiền Một trời thương nhớ xây thành
khao mẹ hiền Ôi ! Nhớ vây
khao mẹ hiền Ôi Nhớ xây
Khát khao mẹ hiền Ôi
dung mẹ hiền Ôi
Dm7(b5) G7 Cm7 Gsus4 Dm7(b5)

Mây buồn Mây buồn Tóc rối giữa vành tang thương Cánh
quanh Mây u buồn sầu muộn tang tang thương
thành Mây buồn Muộn tang tang thương
Sầu muộn mây buồng tang tang thương
Sầu muộn mây buồng sầu buồn tang tang thương
E♭sus4 Fm(add2) Dm7(♭5) G7

chim bàng bạc kêu sương Đoá hồng rũ cánh lòng vương vấn sầu !
Khói sương cây cảnh Hồng rũ cánh vương vấn sầu ! Ơn nghĩa sinh
Khói sương cây cảnh tâm vương vấn sầu !
Khói sương cây cảnh rũ cánh sầu !
Mù sương vây cánh rũ cánh vương vấn sầu !
Dm7 Gm/B♭ F/C C♯dim7 D7 G

thành trời biển bao la Bao ngày bồi đắp dạy con thành người Thấu
A . Thành người
A . Thành người
A .
C F C/G Em7 F/A Dm7 G

canh sương gió nắng mưa Cha dạy dỗ Mẹ dưỡng nuôi. CÔNG
Canh sương mờ nắng mưa Ơn dạy dỗ với công dưỡng nuôi.
Canh sương mơ giăng mưa Ơn dạy dỗ với công dưỡng nuôi.
Canh sương gió nắng mưa Ơn dạy dỗ và công dưỡng nuôi.
C6 Dm/F Dm6 Em/G F/A G7 C

ritardando
CHA NGHĨA MẸ THẬT CAO DẦY HỠI NGƯỜI TRUNG HIẾU NGÀY NGÀY CHỚ QUÊN
TRUNG HIẾU CHỚ QUÊN XIN
TRUNG HIẾU ĐỪNG QUÊN XIN
TRUNG HIẾU ĐỪNG QUÊN XIN
♪ = 36
C Am Em7/G Dm7(b5)/F Bdim7 G7 C C7
Fine
ĐỪNG QUÊN.
CHỚ QUÊN.
CHỚ QUÊN.
KHÔNG QUÊN.
Bdim7/F C

www.ingramcontent.com/pod-product-compliance
Lightning Source LLC
LaVergne TN
LVHW062005041026
849558LV00006B/192